Because I Fell In Love With Florante

Nadia L. Santos

Ukiyoto Publishing

All global publishing rights are held by

Ukiyoto Publishing

Published in 2022

Content Copyright © Nadia L. Santos

ISBN 9789367952436

All rights reserved.
No part of this publication may be reproduced, transmitted, or stored in a retrieval system, in any form by any means, electronic, mechanical, photocopying, recording or otherwise, without the prior permission of the publisher.

The moral rights of the author have been asserted.

This is a work of fiction. Names, characters, businesses, places, events, locales, and incidents are either the products of the author's imagination or used in a fictitious manner. Any resemblance to actual persons, living or dead, or actual events is purely coincidental.

This book is sold subject to the condition that it shall not by way of trade or otherwise, be lent, resold, hired out or otherwise circulated, without the publisher's prior consent, in any form of binding or cover other than that in which it is published.

Guro...Noon...Ngayon

Mga matang animo'y sa tigre ang talim
Mga daho'y yumuyuko kapag siya'y nagdaraan sa aking paningin
Sa sandaling siya'y magsalita boses niya'y kulog na dumadagundong
Ngunit sa aming mga inakay siya'y inahing walang sawang nagtuturo, tumutulong.

Kapag oras na ng kanyang asignatura
Puso ko'y sumasabog sa kaba
Kahit ako'y propesyonal na
Nakatuntong pa rin sa lupa ang aking mga paa

Webinars ay kabi-kabila
Wow, naging tele-teacher bigla
Guro, frontliner na dakila
Guro, nasa lente ng madla

Mistula siyang sundalo ngayon sa giyera
Handa na sa face-to-face na pakikibaka
Kapalaran, ano nga ba ang naghihintay sa aming paaralan?
Nawa'y ito'y palaging sa kabutihan ng mga kaguruan at ng mga kabataan.

Thank You Parents

For teaching the importance of right from wrong
Good choices came from the morals I hold strong
Both of you are an inspiration to cooking
Thankful for lessons about finance and budgeting

You do not want phones at the dinner table
Real conversations are valuable
Thank you for the genes, I am good in singing
And for telling me to better my whole being

For your support in decision-making
Maybe a little honest, no sugar-coating
You taught me how to love and make sacrifices
The energy of your love beams on our faces

Honor them according to the commandment
Have high regard for them as God's instrument
Listen, be disciplined and be grateful
This is our thank you to God's love that is so full.

Salamat Sa Iyo

Ikaw ang nagpakilala sa akin ng Tuesdays with Morrie.
Binalik mo rin sa aking alaala ang Kwento ni Mabuti.
Ang paggawa ng module, sa iyo ko unang naranasan.
Naging pangwakas na awtput namin ito sa iyong klase sa ating pamantasan.
Nakita mo ang aking potensyal sa pagsusulat.
Kaya naman binigyan mo ako ng pagkakataong makapagsulat ng aklat
Hindi ka lamang isang guro, isa ka ring mentor at kaibigan.
Sa tuwing tayo'y magkikita, di pwedeng walang tsikahan at kainan.
Maraming salamat sa lahat.
Ako ngayo'y isa nang manunulat.

Limandaang Taon ng Pagsulat sa Kalibutang

Pamilyar ka ba...
Lament for the Littlest Fellow ni Edith Tiempo
A La Patria ni Emilio Jacinto
Abot-Tanaw: Sulyap at Suri sa Nagbabagong Kultura at Lipunan ni Bienvenido Lumbera
The Woman Who Had Two Navels ni Nick Joaquin
Ah, siyempre, pamilyar ka dito
Florante at Laura ni Francisco Balagtas
Sila lang naman ang ilan sa mga haligi ng panitikan
May mga makabuluhang naiambag sa panitikang Filipino
Alam mo ba...
Mahalaga ang papel ng panitikan sa preserbasyon at pagpapayaman ng kultura
Sa pamamagitan nito nakikilala ng bagong heneresyon ang kanyang kultura
Ang panitikan ay nakatutulong sa pagpapahiwatig ng damdamin
Madali tayong magkaroon ng ugnayan sa isip, damdamin at espiritu ng manunulat sa kanyang mga kuwento
Itinatatak nito sa ating isipan kung gaano kahalagang maunawaan
ang mga isyu ng kasalukuyang panahon

Sapagkat ito'y larawan ng sangkatauhan at daan upang maunawaan ang isa't isa
Alam mo rin ba...
Malaki ang naging impluwensiya ng panitikan sa lipunan
Ito ang bumuo sa sibilisasyon, bumago sa sistemang politikal,
at naglantad ng mga kawalang katarungan
Mahalaga ring malaman mo...
Ang panitikan ay mabisang pantanggal ng stress
Pinagniningas nito ang imahinasyon
Pinauunlad ang konsentrasyon at pokus
Pinananatili nitong malusog at aktibo ang ating isipan
Pinalalawak din nito ang ating talasalitaan
Pinauunlad nito ang ating kasanayan sa pagsusulat
Gayundin ang kasanayan sa pakikipagtalastasan
Nagtuturo ito ng kasaysayan
Nakatutulong ito upang masuri at matasa ang isang isyu bago tayo magbigay ng ating kuro-kuro
Tinutulungan tayong matukoy at maunawaan ang damdamin ng ibang tao
Ngayong alam mo na...
Palaganapin ang panitikan

Regalo o Kalbaryo

Kanonood ng mga nakatatakot na palabas,
Samahan pa ng pagbabasa ng mga makapanindig-balahibong kuwento sa aklat.
Mahiwagang pinto tuloy ay nagbukas.

Baka naman mahina lang ang pananampalataya sa Panginoon
O sadyang malawak o malikot lamang ang kaniyang imahinasyon.
Magagalitin o malulungkutin siguro kaya madaling pasukin. Samu't saring opinyon.
Ang iba'y pilit pa ring hinahanapan ng tamang paliwanag ang ganitong pangyayari hanggang sa ngayon.

Regalo nga bang maituturing o kalbaryo?
Kalbaryo, kung bigla mo na lang maranasan ang pamamanhid ng katawan mo.
At pagkatapos sa sulok ng iyong mata ay may makikita ka na lamang na kung ano. Ikukuwento mo sa iba ang iyong naranasan, lilitanyahan ka lang, *"Guniguni mo lang iyan."*

"To see is to believe," sabi ng iba,
Maniniwala lang sila pag personal nila itong nakita.
Sa iba naman tila regalo ang ganitong kaganapan,

Matapos kasi nito'y tumatalas ang kanilang pakiramdam
At nag-uumapaw na sila sa katapangan.

Yaong mga nagtatapang-tapangan at naghahanap lang ng *"thrill"* sa katawan,
Huwag mo nang pangarapin na ito'y mabuksan.
Baka hindi mo kayanin at sa huli'y iyong pagsisihan.
Sa mga nabiyayaan naman, maaari mo naman itong iwasan, talikuran,
Huwag mong hayaang manuot ito sa iyong isipan.

At kung ito ma'y bunga ng iyong malawak o malikot na imahinasyon,
Gamitin mo ito sa pagkatha ng mga akdang kapupulutan ng inspirasyon.
Sa huli magkaroon sa buhay ng magandang disposisyon
At pagtibayin pa ang iyong relasyon sa Panginoon.

Kung Bakit Ayoko Sa Iyo Ulan

Nakakatamad kumilos kapag umuulan
Ang pagligo ay palagi na lang pahirapan
Pagbuhos ng isang tabong tubig sa katawan
Kasunod nito'y pagtalon at paghiyaw, alam mo 'yan.

Ang panahon ng tag-ulan ay di masayang kaganapan sa ilan
Marami ang nasasalanta, marami ang nangangailangan
Baha, sakit, disgrasya, pagkasira ng mga pananim at iba pa
Ngayon mo sabihin, dapat ba tayong magsaya gayong may nagdurusang iba?

Kapag umuulan, kay haba-haba ng pila sa terminal ng tricycle, pansin ko lang
Ang traffic light nasaan, bakit hindi pinagagana na naman?
Si Inay, hayun problemado, ang hirap kasi magpatuyo ng sinampay
Maging naka-motor ay na-hassle, nanabi, nagsuot ng kapote sa ilalim ng punong malabay.

Kapag umuulan, nag-aabang ang lahat sa pag-aanunsyo ng suspensiyon
Minsan nakalulungkot, kasi naman may hahabulin pa kaming leksiyon
Batid ko ulan, marami ka rin namang pakinabang sa kalikasan
Ngunit kung ika'y nakapeperwisyo na, aba'y ibang usapan na iyan!

Wika ng Kasaysayan, Kasaysayan ng Wika

Maraming nawalan ng trabaho,
Maraming negosyo ang nagsarado,
Pati pagbubukas ng klase ay naatrasado
Marami nang namatay,
Ang trabaho'y dinala na rin sa bahay
CoVid 19, ang tindi ng naging epekto mo sa buhay ng tao.

Sa panahon na ito ng pandemya,
Ano nga ba ang mabisang sandata?
Filipino at ang mga katutubong wika,
Ito ang midyum na pinakamabisa.

Sa pagbibigay ng impormasyon
Gayundin ng hakbang para sa prebensiyon
Sa pagpapaliwanag nito, huwag gagamitin ang wika ng ibang nasyon
Higit na epektibo sa pag-aalis ng takot o stigma ng sitwasyon
Kung sa wika ng pamayanan ito iaayon.

Salamat sa paunang insiyatiba ng Kagawaran ng Kalusugan

Isinagawang pagsasalin tungkol sa CoVid 19, nabatid na ng karamihan.
Kaya't Filipino at mga katutubong wika sa bansa ay pahalagahan
Upang mabilis na maiparating ang mensahe ng pag-iingat at lunas sa tanan.

Indigenous Peoples

Bahagi ng pamayanan
Likas ang bayanihan
Wika nila'y natatangi
Salamin ng ating lahi

Guro ng Bagong Kadawyan

Webinars ay kabi-kabila
Wow, naging tele-teacher bigla
Guro, frontliner na dakila
Guro, nasa lente ng madla

Buti Nariyan Ka

Siya ang panganay sa pitong anak nina Melanie at Brian. Mula pagkabata, di lang niya miminsan maranasan na maikumpara sa kanyang mga kapatid na sa tuwina siya'y dehado habang sila'y lamang. Katulad halimbawa ngayong araw na ito, dumating si Tita Sally sa kanilang tahanan, kapag ganitong may dumarating na bisita ay halos mag-unahan sila upang makita kung sino ito, nang makita ni Tita Sally sina Cora at ang kanyang inaanak na si Cacai, "Ang gaganda talaga ng mga anak mo, Melanie, mestizang-mestiza" sabi pa nito nang nakangiti. At nang bumaling sa panganay na si Dianne, "Ito naman si Dianne, Pilipinang-Pilipina". "Ah, oo, kamukha niya ang kanyang Lola Luming, ang nanay ko", isasagot naman ng kanyang ina. Sa edad na siyam na taon, sa mga ganitong kaugnay rin na pagkakataon, nadadagdagan ang batong dumadagan sa kanyang pagkatao, sukat ikababa ng kaniyang kumpiyansa sa sarili. Dahil dito patuloy na nagsusumiksik sa kanyang isipan ang katotohanang hindi siya kailanman magiging kapansin-pansin dahil…" Hindi ako mestiza. Hindi ako maganda."

Magalang na nagpaalam si Dianne kay Tita Sally at tinungo ang kanyang silid. Marahang isinara ang pinto. Kinuha ang unan, itinakip sa kanyang mukha at doo'y tahimik na umiyak, mababaw talaga ang kanyang luha. Nang matapos, tinungo ang drawer na pinaglalagyan ng mga photo albums. Isang photo album ang kanyang tiningnan at mula sa isang plastik nitong pahina ay tinanggal ang isang larawang medyo kupas na. Sa larawang ito makikita ang isang batang babae na nakasuot ng kulay berdeng gown, naka-kung fu shoes, may hawak na bulaklak at nakangiti. Kung pagmamasdang mabuti ang mukha ng batang babae ay kagagaling lang nito sa pag-iyak ngunit dahil kukuhanan ng larawan ay tumigil ito sa pag-iyak at saka ngumiti sa harap ng kamera. Kaipala'y di siya isinali sa Flores de Mayo. Muli, sa pagkakatitig sa larawang iyon, naisip niya, Kailanman hindi ako magiging kapansin-pansin dahil…" Hindi ako mestiza. Hindi ako maganda."

Sa magkakapatid si Dianne lamang ang kumuha ng kurso sa pagiging guro. Nagsusunog siya ng kilay at isang student leader sa kanilang paaralan. Sa katunayan consistent deans lister siya at naging presidente ng Education Student Council noong siya'y ikalawang taon pa lamang sa kolehiyo. Mahusay rin siyang manunulat. Siya ang editorial in chief ng newsletter na Ang Guro, ang opisyal na newsletter ng College of Education nang mga panahong iyon.

Hindi pa rin naman natatapos ang pagkukumpara sa kanya at sa iba pa niyang mga kapatid ng ibang tao ngunit sa paglipas ng panahon ay natutuhan na niyang wag na lamang itong pansinin, nagtataingang-kawali na lamang siya. Nang mga panahong ito ay naging malakas ang pagkapit niya sa Panginoon na itinuturing niyang kakampi na walang sawang nakikinig sa kanyang mga pagsusumbong. Oo, hindi na siya umiiyak at nagsusumbong na lamang siya sa Kanya. Nag-umpisa ang kanilang gabi-gabing huntahan noong nasa unang taon siya sa kolehiyo. Kinukuwento niya rito ang mga pangyayari sa buhay niya sa araw-araw. Gumagaan ang kanyang pakiramdam. Tunay na magkahiramang suklay. Sa sobrang lapit nila sa isa't isa tinatapos niya ang kanilang kuwentuhan sa pagbibiro, "Panginoon, ok lang sa akin kahit di mo na po muna ako bigyan ng kasintahan (nang mga panahong iyon, sukatan ng kagandahan kapag ika'y ligawin o may nobyo), basta sa araw ng aking pagtatapos ay magkamit ako ng karangalan para maging proud sa akin ang aking pamilya. Hindi man ako maganda, matalino naman ako. Thank you po. Goodnight! Pero siyempre hindi lang ito puro dasal, sinasamahan niya rin ito ng kasipagan dahil alam niyang, Nasa Diyos ang awa, Nasa tao ang gawa. Ganito nang ganito hanggang sa tumuntong siya ng ikaapat na taon sa kolehiyo.

Buwan ng Marso inanunsyo na ng kanilang adviser ang mga pangalan ng magsisipagtapos nang may karangalan. Isa siya sa mga ito. Nagbunga ang kanyang itinanim at panahon na upang ito'y kanyang anahin. Tuwang-tuwa ang kanyang pamilya. "Ipinagmamalaki ka namin, Ate. Napakahusay mo." Siyang tunay mga anak, itinawag at ibinalita ko na rin ito sa ating mga kamag-anak sa Laguna. Tuwang-tuwa sila sa iyong nakamit. Idol ka raw ng mga pinsan mo." Talaga, Ma, kahit di ako maganda, idolo nila ako, nagtataka niyang tanong. "Oo anak, di lang naman kagandahan ang napapansin sa isang tao. Tulad mo, naging idolo ka nila, ako, mga kapatid mo, mga kamag-anakan natin dahil napansin namin ang naging pagpupunyagi mo sa pag-aaral. Ang pagiging masipag mo. Ang pagiging bukas ang palad mo sa iyong mga kapatid kapag nahihirapan sila sa kanilang mga aralin. Isa pa, maganda ka, maganda ka dahil sa iyong pag-uugali at siyempre, maganda ka dahil anak kita. Kamukha kaya kita, sabi ni Aling Melanie at buong higpit nitong niyakap ang anak. Siyang singit naman ni Mang Brian, Mana ka naman sa akin, nagtapos rin kaya ako nang may karangalan noon sa kolehiyo. "Si Papa talaga o, ayaw magpatalo, hahahahaha, sabagay, Kung ano ang puno siyang bunga, at napuno ng tawanan ang kabahayan.

Sa Iyong mga Kamay

Pantakal ng bigas na di puno. Ang ulam na tuyo't asin, nagkukulang pa rin. Dingding ng bahay na gawa sa pinagtagpi-tagping yero. Namintana ako. Ang daming basura sa istero. Singkwenta pesos na sa maghapon ay pilit pagkakasyahin. Nauubusan na ng hininga, nagngailangan na ng sariwang hangin.

Panahon na naman ng halalan. Pinag-aagawan na naman ang isang upuan. Kabi-kabila na ang mga nasasaksihan nating pangangampanya ng mga kumakandidato saan mang sulok ng ating bayan. Ito na rin ang panahon upang pag-isipan mo nang mabuti kung sino ang hahayaan mong magsilbi sa ating bayan sa loob ng kung ilang taon. Sa araw ng iyong pagboto, nasa iyong mga kamay ang tunay na pagbabago at ang kinabukasan. Gamitin mo sana ito nang wasto at nawa'y ika'y magpakatotoo. Wala man kami sa iyong harapan sa sandaling iyan alam namin kasama mo ang iyong konsensiya at nandyan ang Panginoon upang ika'y gabayan. Kung sa tingin mo, ang ambag mo ay ISA LANG naman na boto, ang isang botong 'yan ang bubuo o wawasak sa minimithi nating kaunlaran. Sana maging matalino ka sa taong iyong pagkakatiwalaan, sana ang taong ito ay tunay na nakakikita ng ating kalagayan, iyong di-nagbubulag-bulagan. Sana rin ay huwag kang padadala sa mga sayawan at kantahan, oo nakaka-LSS pero isipin mo kung anong kapalaran ang maghihintay sa ating mga "less". Sundin ang itinitibok ng iyong puso. Kumustahin mo rin si konsensiya. Pag puso, isip at kaluluwa ang iyong pinagsama-sama, tiyak panalo ka. Teka, sino nga ba ulit ang iyong iboboto?

About the Author

Nadia L. Santos

Si NADIA L. SANTOS ay nagtapos ng BSE-Filipino, Cum Laude sa University of Perpetual Help Rizal. Tinatapos din ang kaniyang MAEd-Filipino sa UPHSD. Kasalukuyang nagtuturo, LAC ng Filipino Department at Faculty Club Vice-President sa LPCNSHS-CAA Campus. Siya ay BLD-TLD Writer - SHS Primals Plus at worksheet & module writer, editor at validator – SDOLP. 2020 GAWAD Primero Awardee. Miyembro ng Pambansang Samahan sa Linggwistika at Literaturang Filipino, Ink. at the Fulfilled Women. Siya'y school paper moderator &

trainor. 2021 Exemplary Awardee – SDOLP. Two-time Teaching Personnel Nominee (2020 at 2021) - Gawad Sikhay (Search for Outstanding Teaching Personnel) School Level. Google Certified Educator Level 1 Passer. DepEd Volunteer Voice Talent. Project Chairman - Project Y.A.K.A.P (Yumayabong na Aksyon tungo sa Kalinangan ng kAsanayang Pagbasa). Resource speaker, teacher-researcher, social media influencer, host, advanced writer for product reviews, teacher-YouTuber, content creator, certified life coach, leadership performance mentor, high impact inspirational speaker at devotional writer